பாணைவ

அமிஷப்பிரியா.

அமிஷப்பியா.

முதல் பதிப்பு: கூடும் 2022

இந்தியாவில்,

மும்பையில் உள்ள தோட் ஆ:ப்செட் பிரிண்டரில் அச்சிடப்பட்டது.

தட்டச்சு: லதா தமிழ்

ஐஸ்பின்: 978-93-94603-23-3

அட்டை வடிவமைப்பு: தேபப்ரதா சாஹூ

வெளியீட்டாளர்: ஸ்டோரி மிரர் இன்போடெக் பிரைவேட். லிமிடெட்

145, முதல் தளம், போவாய் பிளாசா,
ஹிரானந்தனி கார்டன்ஸ், போவாய், மும்பை –
400076, இந்தியா.

வலை:	https://storymirror.com
முகநூல்:	https://facebook.com/storymirror
டுவிட்டர்:	https://twitter.com/story_mirror
இன்ஸ்டாகிராம்:	https://instagram.com/storymirror
மின்னஞ்சல்:	marketing@storymirror.com

அர்ப்பணிப்பு

புலர் தோன்றி
புவி செழித்தது
எங்கள் அன்னை சாரதா தேவியின் அருள்
புவி செழித்து
பூக்கள் எழுச்சிபெற்றது
எங்கள் அன்னை சாரதா தேவியின் அருள்
பூக்கள் எழுச்சிபெற்று
பிரபுத்துவம் வளம்பெற்றது
எங்கள் அன்னை சாரதா தேவியின் அருள்
அன்னை சாரதா தேவியின் அருள்
வளம்பெற்று
ஒளிப்பெற்று
அவர்கள்
அருளில்
என்
வாழ்க்கை
பயணத்தையும்
எழுத்து
பயணத்தையும்
சாரதா
சுதாஸ்
என்னும்
பெயரில்
தொடருகிறேன்...

_ அமிஷப்பிரியா.

அங்கீகாரம்

மாதா
பிதா
குரு
தெய்வம்
அனைத்தும்
ஒருங்கினணைந்த
ஆசிரியர் நீங்கள்
நான் அழும் போது மாதாவாக இருந்து என்
மனக்கவலை துடைத்தீர்கள்
நான் தவறு இழைத்த போது பிதாவாக இருந்து
கண்டித்தீர்கள்
நான் படிக்கும் போது வெற்றிக்கனியை பறிக்க
வழிநடத்துகிறீர்கள்
நான் தத்தளிக்கும் போது தெய்வமாக வந்து
காப்பாற்றுகிறீர்கள்
உங்களுக்கு
சிரம்தாழ்த்தி
நன்றி கூறுகிறேன்
மேலும் என் அறிவு பசிக்கு ஏற்றவாறு உணவு
அளித்து மென்மேலும் என்னை மெருகேற்றின
என் பெற்றோர், நண்பர்கள்,உறவினர்களுக்கும் என்
இதயம் கனிந்த நன்றிகள் பல.

_ அமிஷப்பிரியா.

முன்னுரை

இந்த புத்தகத்தில் உள்ள அனைத்து கவிதைகளும் என்னால் எழுதப்பட்ட அனுபவ கவிதைகள்.இதில் அழகு தேமல்,காதல்,மலர் கள்,நட்பு,பிணை,புரட்டு,தன்மை,உயர்ச்சி என்ற பல தலைப்புகள் உள்ளடைக்கிய ஒரு கவிதை படைப்பாக விளங்குகிறது.இந்த கவிதை நூல் .

க-கற்றல்

வி-விவேகம்

தை- தைரியம் .இம்மூன்றும் ஊட்டும் முக்கனிகளை சுவைக்கும் வாசகர்களாகிய நீங்கள் ரசித்து இன்புருவீர்கள் என்று நம்புகிறேன்.சாரதா தாயின் ஆசியோடு.

நன்றி

_ அமிஷப்பிரியா

உள்ளடக்க அட்டவணை

மலர்கள்

1. பூக்கள் நிறைந்த நந்தவனத்தில்
   பூனைகள் நடமாட்டம்

2. அழகுக்கு அழகு சேர்ப்பது மடந்தை
   அந்த
   அழகுக்கு அழிவை தேடித்தருவது மறவோன்

3. பெண் உரிமை
   சம உரிமை
   என
   உரக்கக்குரல்
   கொடுத்த
   பாரதி வாழ்ந்த தமிழ்நாட்டில்
   சகதிகள் வாழ்கிறதே!
   குழந்தையில் குழியில்மூடி
   இளமையில் இறையாக்கி
   திருமணத்தில்திரியாக்கி
   தாய்மையில் தாபரமாக்கி
   வாழும் பெண்கள்
   நாட்டின் கண்களா?
        இல்லை
   நளின கண்ணிகளா?
   நதி
   பூமி
   பயிர்
   பணம் என அனைத்தும் பெண்களே

என கூறி
தன் மானத்துக்கு விலை கேட்பதுமுறையா?
நாட்டுக்குத்தாய்நாடு என்
கவுரவித்தீர்கள்
ஆனால்
நாட்டில் வாழும் பெண்களை எவ்வாறு
கவுரவப்படுத்துகிறீர்கள்?
தாய்நாட்டை காப்பாற்றிய வீரர்கள்
இப்போது
தலைவர்களை காக்கும் வித்வான்களாக
மாறிவிட்டார்கள்
1915 இல் இருந்து
இன்று வரை
பெண் விடுதலை
அடையவில்லை
அடையப்போவதும்இல்லை
பெண் விடுதலை அடைய
தாய்நாட்டுக்கு மனிதம் தேவை
மாறாக
தாய்நாட்டில் விலங்குகள்
இருப்பிடமாகிவிட்டது
விலங்குகள் நீங்கி
மனிதம் தலைஓங்கட்டும்
அப்போது
பெருமையுடன் கூறுகிறேன்
இது
தாய்நாடு என்று
இப்படிக்கு
பெண் விடுதலை நோக்கி
பயணிக்கும்
பெண்களில் ஒருவர்.....

4. நான்
விழுந்த போது தாங்கிப் பிடித்த கை
மனம் உடைந்தபோது தட்டிக் கொடுத்த கை
அழும்போதெல்லாம் கண்ணீரைத் துடைத்த கை
வெற்றிக் கனியை பறிக்க உதவிய கை
ஊக்கம் கொடுத்த கை
என் அன்பு அன்னையின் கை.

5. பட்டாம்பூச்சிகளாக வாழும் எங்களை
பாம்புகள் சூழ்ந்தன
பறவைகள் வட்டமிட்டன
ஆனால்
பட்டாம்பூச்சிகளாக நாங்கள் பறப்பதை
நிறுத்தவில்லை.

6. தேவதைகளை சிசுவில் அழித்தார்கள்
இப்போது
தேவதைகளை சீரழித்து அழிக்கிறார்கள்.

7. விடுதலை அடைந்த
பட்டாம்பூச்சிகள்
விளக்கின் ஒளியில்
பஸ்பம் ஆனது.

8. பெண்
கல்விக்கு
இடம் தருவதை
விட
கல்லறைக்கு
இடம் தருகிறது
சர்க்கார்.

9. என்
மனக்கவலை
போக்கும்

மருந்தும் நீ
மகிழ்ச்சி
பரவச்செய்யும்
மாமருந்தும் நீயே
என்
இயற்கை
தாயே!.

10. உங்கள்
பாதையில் என்னை அழைத்துச் செல்லாமல்
என்
பாதையில் என்னை அழைத்துச் சென்ற
என் தெய்வத்துக்கு
உங்கள்
குட்டியின் அன்பு கலந்த நன்றி.

11. தாய் என்னும் இரண்டு எழுத்தில்
கரு என்னும் இரண்டு எழுத்து உருவாகி
மகள் என்னும் மூன்று எழுத்தாக
உலகம் என்னும் நான்கு எழுத்தை பார்க்க
வெளிவந்த ஐந்து எழுத்தான என்னை
துரதிஷ்டம் என்னும் ஆறு எழுத்தில் ஒதிக்கியது
குடும்பம் என்னும் ஐந்து எழுத்து
அந்த ஐந்து எழுத்தை
தாய் என்னும் இரண்டு எழுத்து எதிர்த்தது
மகள் என்னும் மூன்று எழுத்தை காப்பாற்றியது
தாய் என்னும் இரண்டு எழுத்து
மகள் என்னும் மூன்று எழுத்தை
எச்சரித்தது
உலகம் என்னும் நான்கு எழுத்து
மாயை என்னும் இரண்டு எழுத்தால் மூடி
இருக்கிறது
அதை நீ

அறிவு என்னும் மூன்று எழுத்தால் வென்று வா
என்றது
அதற்கு
நீ
அன்பு என்னும் மூன்று எழுத்து ஆயுதத்தை
பயன்படுத்து என்று அறிவுரை கூறியது
மகள் என்னும் மூன்று எழுத்து
உலகம் என்னும் நான்கு எழுத்தை பார்க்க
புறப்பட்டது
அறிவு என்னும் மூன்று எழுத்தையும்
அன்பு என்னும் மூன்று எழுத்தையும்
பயன்படுத்தி
பயன்படுத்தி
தோல்வி என்னும் மூன்று எழுத்தை தழுவியது
இறுதியில்
உலகம் என்னும் நான்கு எழுத்தையும்
அறிவு என்னும் மூன்று எழுத்தையும்
சேர்த்து
உலகம் அளவில் வெற்றி கண்டது
படிப்பு என்னும் நான்கு எழுத்தில்
துரதிஷ்டம் என்னும் ஆறு எழுத்தில் ஒதிக்கிய
குடும்பம் என்னும் ஐந்து எழுத்து
இப்போது
அதிர்ஷ்டம் என்னும் ஆறு எழுத்தில் புகழ்ந்தனர்
வெற்றி கனியை
பறிக்க
தன்
இரத்தம் சிந்திய
தாய் என்னும் இரண்டு எழுத்துக்கு
மகள் என்னும் மூன்று எழுத்து
சிரம்தாழ்த்தி
கூறுவது

நன்றி என்னும் மூன்று எழுத்தும் ஈடாகாது
தெய்வம் என்னும் நான்கு எழுத்தும்
இணையாகாது
என்
உயிர் என்னும் மூன்று எழுத்தை
தாய் என்னும் இரண்டு எழுத்துக்கு
சமர்ப்பிப்பதே
வெற்றி என்னும் மூன்று எழுத்துக்கு
கொடுக்கும்
மரியாதை ஆகும்
என்று கூறி
மகள் என்னும் மூன்று எழுத்து
தாய் என்னும் இரண்டு எழுத்து
உடன்
இணைந்து
மகத்தான சக்தி தேவி தாய்
மகாலட்சுமி என்னும் ஆறு எழுத்தாக மாறியது.

12. பெண்மையை போற்றுபவர் மனிதர் ஆகிறார்
பெண்மைக்கு சமஉரிமை தருபவர் மாமனிதர்
ஆகிறார்
பெண்மையை மதிப்பவர் புனிதர் ஆகிறார்.

13. சாப்பாட்டுக்கு
சண்டையிடும்
நாய்களை
விட
சொகத்துக்காக
சண்டையிடும்
நாய்கள்
அதிகரித்து
விட்டனர்.

நட்பு

1. நட்பு என்னும் பெயரால் வரும் சொந்தங்கள்
பதவி என்னும் பெயரால் விட்டுச் செல்கிறார்கள்
நட்பே துணை படம் பார்க்க தெரிந்தவர்களுக்கு
நட்பின் ஆழம் தெரியவில்லை
நட்பின் மந்திரத்தை உச்சரிக்க தெரியாத
மனிதன்
நட்பு என்று மார்த்தட்டிக் கொள்வது முறையா?
கண் அழுதால் கையாக நண்பன் துடைப்பான்
என்பது அந்தக்காலம்
கண் அழுதால் கையால் நண்பன் மிளகாய்
பொடி துவுவான் என்பது இந்தக்காலம்
நட்புக்கு கைகோர்த்த இந்தியநாடு
இப்போது
நட்பால் பிளவுப்பட்ட இந்திய நாடாக
மாறிவிட்டது
இருகரம் கோர்த்து
வேண்டி கேட்கிறேன்
நட்பு என்னும் மூன்று எழுத்தில்
நஞ்சு என்னும் மூன்று எழுத்து
சேர்ந்த
அமுதம் என்னும் நான்கு எழுத்து
பாயாசம் எனக்கு வேண்டாம்
மாறாக
மகிழ்ச்சி என்னும் ஐந்து எழுத்தில்
அமுதம் என்னும் நான்கு எழுத்து

சேர்ந்த
உறவு என்னும் மூன்று எழுத்து போதும்
இப்படிக்கு
நட்பு என்னும் மூன்று எழுத்து,
பொறாமை என்னும் மூன்றெழுத்தால்
மறைக்கப்பட்ட
உறவைத் தேடி
காணத் துடிக்கும் கண்களாக நான்.

2. நட்பு என்னும் வார்த்தைக்கு
    பொருள் விளங்காமல்
    தப்பு நடக்கிறது
    நட்பு என்னும் பெயரில்

அழகு தேமல்

1. தோகை விரித்து நீ நடனமிட
   உன்னை கண்டு
   நான் நடனமிட
   நம் நடனத்தை
   கண்டு பொழிந்தது
   பூ மழை

2. பண்பு
   பழக்கவழக்கங்கள்
   நேர்மை
   இவைகளின்
   வெளிப்பாடு
   தான்
   அழகு.

3. கடல் போன்று பரவி இருக்கும் என்
   மகிழ்ச்சியான வாழ்க்கையில்
   கடல் அலை போல் பிரச்சனைகள் வருகின்றன
   இதில்
   நான் கடலை ரசிக்கவா?
   இல்லை
   கடல் அலையை பற்றி யேசிக்கவா?
   சிந்தித்தேன்
   சிறு அலைகளுக்காக
   ஏன்
   பெரிய மகிழ்ச்சி என்னும் கடலை

இழக்கவேண்டும்
அலையை பார்த்து
அஞ்சாமல்
கடலை ரசிக்க ஓடினேன்.

4. மரம் போல வாழ நினைக்கிறேன்
உண்மை என்னும் விதையாக
மண்ணில் புதைந்து
சூரிய பகவான் அருள் பெற்று
காவேரித்தாயின் ஆசியில்
உயிர் பெற்று
விதையில் இருந்து
சத்தியவானாக முளைத்து
அன்பு என்னும் கிளையாக பரவி
அமுது என்னும் கனியாக
பிறரின் பசியை போக்கி
சந்தோசம் என்னும் நிழலில்
மனிதர்கள் களைப்பாற
நிழல் தந்து
பச்சை பசேலென்று
தூய்மையாக
வாழ நினைக்கிறேன்.

5. அழகாய் தோகை விரித்து
நடனமாடி
என் மனக்கவலை போக்கி
விருந்து அளித்திட்ட
உனக்கு
அமுதை
விருந்து அளித்தேன்
அதை
உண்ணாமல்
சென்ற காரணம் என்ன?

கொரோனா அச்சுறுத்தலா?
இல்லை
மனிதர்களின் அச்சுறுத்தலா?
சிறுதளவு மகிழ்ச்சி என்னும் ஓடை
பெரிதளவு கவலை என்னும் நீரோடை
அடையலாமா?
இது
தகுமா?.

6. அழகிய இறக்கை விரித்து
அழகாய் வட்டம் மிட்டு
பறக்கும் அழகிய வெள்ளைப்புறாக்களே
நில்லுங்கள்
என்று
கூறியது
மக்கள் கூட்டம்
எங்களையும்
உங்களுடன் அழைத்துச் செல்லுங்கள்
எங்களுக்கும் உலகைப் பார்க்க
ஆசையாக இருக்கிறது
என்று
கூறியது
மக்கள் கூட்டம்
அதற்கு அந்தப்புறாக்கள்
ஏளனமாக சிரித்தது
மானிடப் பிறவிகளே
உங்களால் நடக்கமுடியும்
பார்க்கமுடியும்
பேசமுடியும்
பல வண்ணங்களில் ஆடை அணியமுடியும்
உடைமை சேர்க்க முடியும்
இவை
அனைத்தும்

இருந்தும்
நந்தவனித்தில் மலரும் அன்பு பூக்கள்
உங்களிடம் இல்லை
அந்த
அன்பு எங்களிடம் உள்ளது
உங்களை
நந்தவனுத்துக்கு கூட்டிச் சென்றால்
அது
பாலைவனமாக மாறிவிடும்
எங்களை
விட்டு விடுங்கள்
என்று கூறி
பறந்துவிட்டன
நந்தவனுத்துக்கு வழி கேட்ட மக்களை
பாலைவனம் என சுட்டி காட்டின
வெள்ளைப்புறாக்கள்!

7. பறவைகள் ஏங்குகிறது

என் வருகைக்கு
மரங்கள் வாடுகிறது
என் வருகைக்காக
நிலங்கள் வறண்டன
என் வருகைக்காக
ஆனால்
மனிதன் ஆனந்தம்
கொள்கிறான்
செயற்கை நீரால்.

8. நீங்கள் பதறாமல் இருந்தால்
நாங்கள் சிதறாமல் இருப்போம்
இப்படிக்கு
பூமித்தாய்

உயர்ச்சி

1. தத்தி தத்தி
   முன்னேறிய சிறு கிளியிடம்
   மின்னி மின்னி
   ஒளி இழந்ததாம் மின்மினிபூச்சி.

2. சந்தோசமாக வாழ்ந்தால்
   சங்கடகளுக்கு ஆளாவாய்
   சங்கடத்துடன் வாழ்ந்தால்
   சர்ச்சைக்கு ஆளாவாய்
   சர்ச்சையோடு வாழ்ந்தால்
   சந்தேகத்துக்கு ஆளாவாய்
   சந்தேகத்துடன் வாழ்ந்தால்
   சர்ப்பத்துக்கு ஆளாவாய்
   சர்ப்பத்துடன் வாழ்ந்தால்
   சாதலுக்கு ஆளாவாய்
   இதை
   எல்லாம்
   தாண்டி
   வாழ்பவன்
   செபஸ்தியார்
   ஆகிறார்.

காதல்

1. உன்னை பருகினேன்(கொட்டைவடி நீர்)
   என்னை மறந்தேன்.

2. முழுநிலவின்
   பாதி
   என் அருகில் இருந்து
   வாழ்க்கை பயணத்துக்கு
   ஒளி ஏற்றுகிறது
   மீதி
   எங்கள் வாழ்க்கைக்கு
   வழிகாட்டுகிறது.

3. உன்னை
   கரம்பிடித்த நிமிடம்
   என்னை
   உன்னுள் தொலைத்த நிமிடம்.

4. மெதுவான ஈரகாற்று என்னை வருடியது
   குயில்கள் கூவி என்னை சந்தோசத்தில்
   ஆழ்த்தியது
   நட்சத்திரத்தின் ஒளி எங்கும் பரவியது
   இத்தனை அழகையும்
   கண்டு பிரம்மித்த போது
   மழையாக நீ வந்தாய்
   என் அருகினில்.

5. கடல் அலை போல்
உன் அழகின் அலையில்
என்னை இழுத்து
உன் அழகில் தத்தளிக்க
வைத்து
அழகியே
என்
இதயே
கன்னியே.

6. அழகே
உன்
அழகை
வர்ணிக்க
வார்த்தைகள்
இல்லையே!.

7. உன் கைகளோடு
என் கைகள்
இணைகையில்
வாழ்க்கை என்னும்
அதிகாரம் பிறக்கிறது.

8. உன் இசையில்
என்னை அசைய வைத்தாய்
உன் மொழியில்
என்னை மயங்க வைத்தாய்
உன் இசையில் என் நடனம்
என் நடனத்தில் உன் இசைச்சாரல்.

9. என்னை நாணப் பட வைத்ததும் நீ
என் அழகை மெருகேற்றியதும் நீ
என் பெண்மைக்கு பெருமை சேர்த்ததும் நீ
என்னை மேன்மைபடுத்திய
உன்னை
என்னென்று கூறி புகழ்வேன்.

10. என் கண்களில்
     உன் பிம்பம்
     உன் கண்களில்
     என் பிம்பம்
     நம் இருவரின்
     பிம்பம்
     திருமண அழைப்பிதலில்.

11. இதயத்தினுள் நீ
     இரத்த ஓட்டமாக நான்
     நம் காதலுக்கு
     உயிர்
     கொடுக்கும் மூச்சுக்குழாய்
     நம் வாழ்க்கை.

12. காதல் என்னும் நதியில்
     படகாக நீ
     அந்த படகினுல் நம் மக்கள்
     உங்களை பாதுகாக்கும் துடுப்பாக நான்.

13. உயிரே
     உன்னை நான் பம்பரமாக சுற்றி வருகிறேன்
     அவ்வாறு சுற்ற
     உன் அன்பு என்னும் பாசக்கயிறு
     என்னுள் சுற்றி
     என்னை சுற்ற வைக்கிறது
     காதல் என்னும் பெயரில்.

14. காதல் என்னும் நீர்ஓட்டத்தில்
     சிறிய மீன்களாக நாம்
     பிரச்சனை என்னும் வலையில் சிக்காமல்
     சந்தேகம் என்னும் தூண்டிலில் மாட்டாமல்
     மோகம் என்னும் பொரியில் விழாமல்
     சுயபுத்தியோடு

காதல் நீர்ஓட்டத்தில்
துள்ளி மகிழ்வோம்.

15. அன்பே!
நம் காதல் கண்களைப் போன்றது
கருவிழிப்படலமாக நீ
கண்மணியாக நான்
கருவிழிப்படலமாக இருந்து
கண்மணியை பாதுகாக்கிறாய்
கண்களில்
ஒளிசெல்லும் பாதையில் உன் பிம்பம்
அந்த பிம்பம் மறைந்திடாமல்
காத்து
நிலைநிறுத்தும் தசைகளாக நான்.

16. உன்னை காண என் கண்கள் துடிக்கின்றன
உன்னிடம் மொழி பறிமாறிட என் நாக்கு
நடனமாடுகிறது
உன் காலடி சத்தம் கேட்கிறதா என
காத்திருக்கும் என் காதுகள்
உன்னை வரவேற்பதற்கு வண்ணக்கோலங்கள்
தீட்டும் என் கைகள்
உன் காலடி பாதங்களை பின்பற்றி நடக்க
காத்திருக்கும் என் கால்கள்
என் ஒவ்வொரு அசைவுகளும் உன்னை
காணத்துடிக்கின்றன
என்று கூறினேன்,
அவ்வாறு
துடிக்கும் இதயமே
நீ
என ஒரு வார்த்தையில்
குளிரவைத்தாய்
காதல் என்னும் நதியாக

17. உன் அழகை கண்டு மலரவில்லை என் காதல்
உன் அன்பை கண்டு மலர்ந்தது என் காதல்
உன் உடைமை கண்டு மலரவில்லை என்
காதல்
உன் உழவும் அழகை கண்டு மலர்ந்தது என்
காதல்
உன் அறிவை கண்டு மலரவில்லை என் காதல்
உன் அடக்கம் கண்டு மலர்ந்தது என் காதல்
உன்

அசைவிலும்
தசைவிலும்
மூச்சிலும் மலர்ந்து கொண்டுதான்
இருக்கிறேன்
உன்னுல்

காதல் என்னும் உயிராக.

18. காதல் என்பது மலரை போன்றது
எப்போது மலரும் என்று சொல்லமுடியாது
மலர்ந்துவிட்டால் அது உதிரும் காலம் வரை
மகரந்தத்துடன் சேர்ந்து இருக்கும்
இது எல்லாம் அன்றைய காதல்
காதல் என்ற பெயரால் மோகம் காண்பதே
இன்றைய காதல்
நட்பு என்னும் பெயரால் காதல் வார்த்தை
பேசும்
மதிகெட்ட மனிதர்களுக்கு தெரியவில்லையா
இது
காதலா? அல்லது நட்பா?
நட்பை மட்டும் கொச்சை படுத்தவில்லை
அதையும் தாண்டி
சகோதர தன்மையை கெடுத்து கொண்டுதான்
உள்ளார்கள்
சகோதர தன்மையை தெரியாத உங்களுக்கு

காதலின் ஆழம் தான் தெரிந்துவிடுமா?
காதலித்தவர்கள் மாலை மாற்றிக் கொள்வது
அந்தக் காலம்
காதலித்தவர்கள் ஆளை மாற்றிக் கொள்வது
இந்தக் காலம்
சூரியன், இயற்கை,ஆண்டவன்,ஆசி,அக்னியின்
சாட்சியில் கல்யாணம் நடக்கிறது
அந்த திருமண வாழ்க்கையை
குடும்பப்பிரச்சனை,சொத்துத்தகராறு,தீயபழக்கவ
ழிக்கங்கள் என்னும் நீரால் அக்னியை அணைத்து
விடுகிறீர்கள்
நீரால் தீயை அணைத்தால் சகித்து கொள்ளலாம்
சுனாமியால் ஊரை அழிப்பதுமுறையா?
உங்களுக்கு எல்லாம் எதற்கு கல்யாணம்?
குடும்பம்?
காதலுக்கு அர்த்தம் தெரியாமல்
திருமணத்திற்கு பொருள் தெரியாமல்
இருக்கும்
இந்த
கேடுகெட்ட மனிதர்களிடையே
காதலிக்கிறேன் என்று சொல்லும் காதல்
புறாக்கள்
திருமணம் என்று அழைப்பிதல் வைக்கும்
பெரியவர்கள்
இரண்டுக்கும் பொருள் தேடி அலையும்
நாடோடியாக நான்.

19. என்
    கண்களில் தெரியும் பிம்பம் நீ
    என்
    இதயத்தில் துடிக்கும் துடிப்பு நீ
    உன்னை
    விரும்புகிறேன் என்று

சொல்லமுடியாமல் திண்டாடும்
வார்த்தையிலும் நீ.

20. உன்னை காதலிக்கிறேன் என்று கூறுவதைவிட
உன்னை கையிலேந்துகிறேன் என்பதே
ஏற்புடையயதாகும்.

21. மொட்டை நேசித்தேன்
அது மலரும் என்று தெரியாமல்
மலரை நேசித்தேன்
அது உதிரும் என்று தெரியாமல்
உன்னை நேசித்தேன்
நீ என்னை விட்டுபிரிவாய் என்று தெரியாமல்.

பிணை

1. கூட்டுக் குடும்பங்களாய்
   வாழ்ந்த முறை மறைந்து
   இப்போது
   கூண்டில் வாழும் குடும்ப
   வாழ்க்கை முறை பிறந்தது.

2. முககவசம் அணிந்து வாழ்ந்தால்
   உனக்கு பாதுகாப்பு
   முகமூடி அணிந்து வாழ்ந்தால்
   உனக்கு ஆப்பு.

3. செக்கச் சிவந்த வானம்
   லேசான காற்றில்
   நடனமாடும் மரங்களுடன்
   நானும்
   நடனமாட விரும்பினேன்
   மகிழ்ச்சி என்னும் கடலில்
   ஆனால்
   காற்று என்னிடம்
   கூறியது
   வேண்டாம்
   மகளே
   என் மூலமாக கொரோனா என்னும் நோய்
   பரவிக்கொண்டிருக்கிறது
   என்றது
   சோகத்தில் மூழ்கிய

நான்
கூண்டு என்னும் வீட்டில்
அடைபட்டேன்
கிளியாக
இந்த
கிளி எப்போது சிறகை விரித்து பறக்கும்
என்று
தெரியாமல்
சோகத்தில்
நான்.

4. அப்போழுது
ஊரோடு ஒட்டி வாழ்ந்தால் நன்மை பிறக்கும்
இப்போழுது
ஊரோடு ஒட்டி வாழ்ந்தால் கொரோனா
பிறக்கும்.

5. வாழ்க்கை என்னும் பயணத்தை தொடங்க
வண்டியில் ஏற பழகினேன்(தவழும்
பிள்ளையாக)
வண்டியில் ஏறினேன்(நடை பழகும் பருவத்தில்)
வண்டியை இயக்கினேன்(மழலை பருவத்தில்)
வண்டியை வேகமாக
இயக்கினேன்(பள்ளிப்பருவத்தில்)
வண்டியை சரியான நேர் கோட்டில்
இயக்கினேன்(கல்லூரி பருவத்தில்)
வண்டி செல்லும் பாதையில் வழி இருக்கிறாத
என கவனித்தேன்(வேலை தேடும் பருவத்தில்)
வண்டிக்கு பெட்ரோல் இல்லாமல்
தவித்தேன்(வேலை இல்லாத பட்டதாரியாக)
வண்டி ஏன் தொடங்கினேன்? என
சிந்திதேன்(வாழ்க்கை துணையுடன் வாழும்
போது)

இப்படிக்கு
கொரோனாவால் வண்டியை
இயக்கும்
எம்மக்கள்.

6. காய்கறிகளுக்கு விலை பேசலாம்
பூக்களுக்கு விலை பேசலாம்
கனிகளுக்கு விலை பேசலாம்
தங்க அபணரங்களுக்கு விலை பேசலாம்
பலசரக்கு பொருள்களுக்கு விலை பேசலாம்
உணவுகளுக்கு விலை பேசலாம்
ஆனால்
நீ
சுவாசிக்கும் காற்றுக்கு விலை என்ன?
என்று
ஏளனமாக
நகைத்தது
கொரோனா.

7. வாழ்க்கை வாழ்வது
வியாதியோடா?
இல்லை
வெண்பாவிறுதிச்சீருளொன்றோடா?
இரண்டுக்கும் நடுவே
வியப்போடு நான்!.

புரட்டு

1. அமைதியின் சொரூபம் புத்தர்
   ஆணவத்தின் சொரூபம் ஊனவர்.

2. உழைப்பவர்களுக்கு
   உணவு இல்லாத
   இந்த
   உலகத்தில்
   ஊழலுக்கு
   பஞ்சமில்லை.

3. அமைதிக்கு பெயர் போன வெள்ளைப்புறாக்கள்
   இப்போது
   அமைதி என்ற பெயரில் கருப்புப்புறாக்களாக
   இருக்கின்றனர்.

4. அன்று
   தர்மத்தை காத்தது கிருஷ்ணன்
   இன்று
   தர்மத்தை காப்பது கலியுகமன்னன்.

5. ஆடி ஆடி பழகியவர்கள்
   ஆடாமல் இருப்பதில்லை
   பாடிப்பாடி பழகியவர்கள்
   பாடாமல் இருப்பதில்லை
   பேசிப்பேசி பழகியவர்கள்
   இப்போது
   மவுனமாக இருப்பது ஏன்?.

6. கதவுகள் திறக்கின்றன
மனிதர்கள்
உள்ளே செல்வதற்கு
உதடுகள் திறக்கின்றன
மனிதர்கள்
வெளியேறுவதற்கு.

7. மக்களின்
தாகம் தீர்க்கும் நீர்
தண்ணீர் என்று
அழைக்கிறோம்
மக்களின்
திராணியை எடுப்பவர்களை
தபாது என்று தானே
அழைக்கவேண்டும்.

8. படிக்கட்டுகள்
முன்னோக்கி இருக்கின்றன
ஆனால்
அதில் நடக்கும் மனிதன்
மட்டும்
பின்னோக்கி
செயல்படுகிறார்கள்.

9. சிறு பறவையாக இருந்து
என்னை
கழுகாக மாற்ற நினைக்கிறாய்
மாற்ற
நினைப்பது தவறு இல்லை
மாறுதலாக நினைப்பது தவறு.

10. சத்தமிட்டு அழகாய் பறக்கின்றன பறவைகள்
சண்டையிட்டு அலறுகின்றன மக்கள் கூட்டம்
அழகுக்கும் அலறலுக்கும்
இடையே
சில

விththuவான்கள்.

11. பாலின் நிறம் வெள்ளை
இதை
பருகும் மனிதர்களின்
மனசு மட்டும் வெள்ளையும் கருப்பும்
கலந்த
சாம்பல் நிறமாக உள்ளது.

12. பூந்தொட்டியில்
மண் நிரப்பி
ரோஜா கன்று ஊன்றி
நீர் நிரப்பினால்
நாளடைவில்
ரோஜா மலர்கிறது
ஆனால்
மனிதர்களின்
இதயத்தில்
இரத்தம் சுத்தமாக ஓடினாலும்
அவர்களின்
முகம் மலர்வது இல்லை
ஏன்?.

13. பொய்க்கும் புரட்டுக்கும்
இடையே
சில
புண்ணியவான்கள்.

14. சில மனிதர்களின் பெரிய தவறு
சுவற்றில் பூசப்படும்
லப்பம் போல்
நன்றாக பூசி
வண்ணங்களில் மெருகேற்றி
தவறுகள் எல்லாம் சரியாகி விடுகிறது
சப்பக்கட்டு என்னும் பெயரில்

ஆனால்
சில மனிதர்களின் சிறிய தவறு
சுண்ணாம்பு பூசிய சுவற்றில்
சிறிய கருப்பு புள்ளி போல்
எடுப்பாக தெரிகிறது
அவர்களை
கடுமையான சொற்களால்
அவர்களின் தவறுகளை
சுட்டிக் காட்டுகிறது
இந்த உலகம்.

15. பொய் என்னும் விதையை ஊன்றி மரமாக
வளர்த்த மனிதன்
செயற்கை உரம் என்னும் தீய பழக்க
வழக்கங்களைத் தூவி
நீர் என்னும் பெயரால் மாசு நீர் ஊற்றி
அதன் தன்மை கெடுக்கும் மனிதனிடம் உண்மை
என்னும் நீர்ஓட்டம் எதிர்பார்த்தது எனது
பிழையே.

16. மனிதநேயம் இல்லாதவனிடம் எல்லாம்
இருக்கிறது
ஆனால்
அவன் மனிதன் இல்லை
மனிதநேயம் இருப்பவனிடம் எல்லாம்
இருக்கிறது
ஆனால்
அவனை மதிக்க மனிதன் இல்லை.

17. படிப்பு அறிவை வளர்க்கிறதா? இல்லை
ஆணவத்தை வளர்க்கிறதா?
படிப்பு என்னும் நான்கு எழுத்து கற்றவனுக்கு
உலகம் என்னும் நான்கு எழுத்து
மறந்துவிடுகிறது

படித்தால் தன்மையுடன் இருப்பார்கள் என்பது
அந்த காலம்
படித்தால் தன்மையே இழந்து ஆடுவார்கள்
என்பது இந்த காலம்
காலத்துக்கு ஏற்ற கோலம் இதுதானா?
படித்தவர்களிடம் தான் மதிப்பு,மரியாதை,தன்மை
இருக்கும் என கூட்டம் சேர்த்து கொள்பவர்கள்
படித்தவர்களிடம் உணவு பசியை போக்கி
கொல்லுங்கள்
ஏன்?
உணவுகாக விவசாயியை எதிர்பார்க்கிறீர்கள்.

18. சலங்கை ஒலி கேட்க ஆடுவது அழகு
சலங்கை ஒலி தெறிக்க ஆடுவது ஆணவம்.

19. அலைகள் ஓய்வதில்லை
அமைதி நிலவுவதில்லை
ஆடம்பரம் குறையயவில்லை
ஆனால்
நிம்மதி குலைந்தது.

20. முயலின் தலைகனத்தால்
ஆமை வென்றது
முயலாமை தலைகுனிவால்
இயந்திரங்கள் வென்றது.

21. பணத்திற்காக ஏங்கும் பித்தனிடம்
பத்துபோடாவா?
இல்லை
பிச்சைபோடாவா?.

22. காற்றாக வீசினாய்
அதில் நான் வீசப்படவில்லை
மழையாய் பொழிந்தாய்
அதில் நான் கரையவில்லை

சூராவளியாய் சூருட்டினாய்
அதில் நான் சுருலவில்லை
வெயிலாய் கொழுத்தினாய்
அதில் நான் சுடவில்லை
குளிராய் பொழிந்தாய்
அதில் நான் இறுகவில்லை
ஏன்
தெரியுமா?
நான்
பச்சோந்தியாக
வாழ ஆசையில்லை
பகடாயாக
நகரவும் விரும்பவில்லை
நான்
புனிதனாக
வாழ
ஆசைபடுகிறேன்
இந்த
புனித
பூமியில்.

23. கடமைகள் மறக்கும் கள்வர்களுக்கு
    கட்டளைகளுக்கு குறைச்சல் இல்லை.

24. பித்தலாட்டத்துக்கு பின் அணி
    புதகுழிக்கு முன் அணி.

25. எட்டி எட்டி பார்க்கும் எட்டப்பர்கள்
    திட்டி திட்டி பார்த்தும் தீர்வு இல்லை
    சொல்லிப் பார்த்தும் பயன்யில்லை
    ஏட்டிக்குபோட்டிக்கு செய்தால் பயன் உண்டு

26. மரியாதை கொடுப்பவனுக்கு மரியாதை
    கிடைப்பதில்லை
    மரியாதை கொடுக்க மறப்பவனுக்கு மார்க்கம்

பிறப்பதில்லை.

27. கெடுப்பவனுக்கு கூடுகிறது கூட்டம்
கொடுப்பவனை கெடுக்கிறது கூட்டம்.

28. நல்லவர்களுக்கு நஞ்சை ஊட்டி
தீயவர்களுக்கு தேனை ஊட்டுகிறது
இந்த
உலகம்.

29. அடுத்தவர்களை மட்டம் தட்டும்
மடையர்களுக்கு
அந்த செயல்
தன்னை
அடிமட்டம் ஆக்கும் என்று அறிவதில்லை.

30. ஆணவத்தில் ஆடி
அகமபாவத்தில் அழிந்தும்
கொழுப்பு என்னும் கட்டி கரையவில்லை.

31. பிறரின் கண்ணீரை ரசிக்கும் உனக்கு
பூலோகத்தில் புதைக்க இடம் இருக்குமா?
இல்லை
சொர்கத்தில் இடம் இருக்குமா?
இடத்தை தக்கவை
பின்
இன்புறலாம்.

32. மத்தலத்துக்கு இரண்டு இடத்திலும்
சங்கீதம் பிறக்கும்
மனிதர்களுக்கு எந்த இடத்திலும்
சந்தோசம் பிறக்காது.

33. பிறர்
வேகத்தை
தடை போடுவோர்
தன்

வேகமும்
முயற்சியும்
வீண் ஆகிறது
என
அறிவதில்லை.

34. பித்தளை
விளக்குக்கு
தங்கமுலம் பூசமுடியும்
படிக்காமல்
வாங்கும்
பட்டத்துக்கு
பட்டதாரி ஆகமுடியுமா?.

தன்மை

1. கோலங்களில்
    பல வண்ணங்கள்
    எண்ணங்களில்
    பல கோணங்கள்.

2. வாழ்க்கையில் வரும் சிக்கல்கள் முறுக்கைப்
    போன்று உடைந்துவிடும்
    வாழ்க்கையில் வரும் துன்பங்கள் அல்வா
    போன்று இழுத்துக்கொண்டேபோகும்
    இருப்பினும்
    வாழ்க்கையில் வரும் சந்தோசங்கள் சர்க்கரை
    போன்றது என்றும் என்றென்றும் நம் நாவில்
    தித்திக்கும்
    அனைவரும் எப்பொழுதும்
    தித்திப்போடு வாழ்வோம்.

3. வண்ணங்களின் அழகு குறைந்தாலும்
    என்
    சிரிப்பின் அழகு குறையாது
    என்றும்.

4. சங்கீத குயில்
    என்னை வீட்டுப் பறந்தது
    கண்ணீர் மழையில்
    என்னை விட்டுச் சென்றது.

5. வெளிச்சத்தை நோக்கி ஓடியவர்கள்
    வெற்றி அடைந்தார்கள்
    வேற்றுமை பற்றி நினைத்தவர்கள்
    வேலால் ஆனார்கள்.

6. குழந்தை போல் தூங்க ஆசை
    ஆனால்
    மனநிம்மதி இல்லை
    குழந்தை போல் சிரிக்க ஆசை
    ஆனால்
    சிரிப்பதற்கு மனிதர்கள் இல்லை
    குழந்தை போல் நடக்க ஆசை
    அதையும்
    என் நாட்டு மன்னர்கள் கைபபற்றிவிட்டார்களே
    என் செய்வதென்று தெரியாமல்
    குழந்தைபோல் தவழும்
    பச்சிளம் குழந்தையாக நான்.

7. தன்னம்பிக்கை ஊட்டும் மனிதர்களின்
    இன்சொற்கள்
    முற்றிலும்
    இனிப்பான கனியாக வெளியே தெரிந்தாலும்
    உள்ளே
    அழுகிய கனியாக காட்சியளிக்கும்.

8. தண்ணீரில் இருக்கும் மனிதன்
    தன் அடக்கத்தை மறக்கிறான்
    தன்நம்பிக்கையும் இழக்கிறான்.

9. உன் ஆட்டம் ஆடுவதற்கு
    ஆட்கள் சோர்க்கிறாய்
    என் ஆட்டம் அரங்கேறுவதற்கு
    இடம் தேடுகிறேன்.

10. என் பயணத்தை நிறுத்த நினைத்து
உன் பயணத்தை நீ தொடங்கவில்லை
நிறுத்த வந்த உனக்கு
தொடங்க சொல்லி கொடுத்தது
என்
மௌனம்.

11. பங்கிட்டு உணவு அருந்தும் பழக்கம்
மறைந்து
போட்டியிட்டு உணவு அருந்தும் பழக்கம்
பிறந்தது.

12. தனியாக
முன்னேறினால்
தாழ்த்தப்படுவாய்
திரள்
துணையோடு சென்றால்
புகழ்ப்படுவாய்.

13. என்னை
நீ
கீழ்நோக்கி
இழுக்கிறாய்
ஆனால்
நான்
என்னோடு
சேர்ந்து
உன்னையும்
மேல்நோக்கி
இழுக்கிறேன்
என்னையே
அறியாமல்.